# கருமுகில்

## மணிராஜ்.பா

zhagaram_raj

ஏலே பதிப்பகம்

**கருமுகில்**
ஆசிரியர் ©**மணிராஜ்.பா**

முதற்பதிப்பு 2021
பக்கங்கள் 81


ISBN 978-93-91423-40-7

புத்தகம் வெளியிடு
ஏலே பதிப்பகம்
aelaypublish@gmail.com
phone – 9944992571

Aelay Publish
www.aelaypublish.com

## என் வானின் முதல் முகில்

உடையும் கருமுகில்
மழையாய் பொழிவது போல்
நான் உடையும்போதெல்லாம்
என்னுள் தோன்றிய வரிகளே
இந்த கருமுகில்

கவிஞன் இல்லை என்றால்
இயற்கை கூட இன்னும்
இருட்டாகத்தான் இருந்திருக்கக்கூடும்
கவிஞன் சமைக்கிறான்
சுவைக்கிறது இயற்கை

இப்போதெல்லாம் நான்
அதிகம் தனிமையை
உணர்வதே இல்லை
தனிமையை மை கொண்டு
நிறைப்பதால்

கண்ணீர் மழைக்குப்பின்
காயாமல் கிடக்கும்
சகதிகளே இக்கவிதைகள்

வலிகளையும் வழிகளையும்
வார்த்தையாய் கோர்த்த
வரிகளே இக்கவிதைகள்

விடியலை விரும்பாத
கட்டிலின் காமமே
இக்கவிதைகள்

என் முதல் படைப்பை அச்சிடும்
ஏலே பதிப்பக உரிமையாளர்
அகமும் புறமும் இரு இருதயம்
கொண்ட நண்பர் இருதய ஆஸ்ட்ரோ அவர்களுக்கு
என் நெஞ்சார்ந்த நன்றிகள்

**மணிராஜ்.பா**
**zhagaram_raj**
26-05-2021

தீ திண்ணும் உடலிது
முடிந்தவரை
பிறரை
அன்பு செய்

நான் அதிகம் விரும்பும்
ஹைக்கூ கவிதை
அவளின் ம்ம்ம் ...

ஜாக்கிரதை
இது மனிதர்கள்
சரணாலயம்..

கவிஞனின் காதலொன்று
பேனாவில் மோதி
காயமானது
கவிதையாய்..

இயற்கை எல்லாம்
இடறி விழுந்து
இல்லமாயின..

என் இரவின்
இமைகள் இன்னும்
மூடவில்லை..

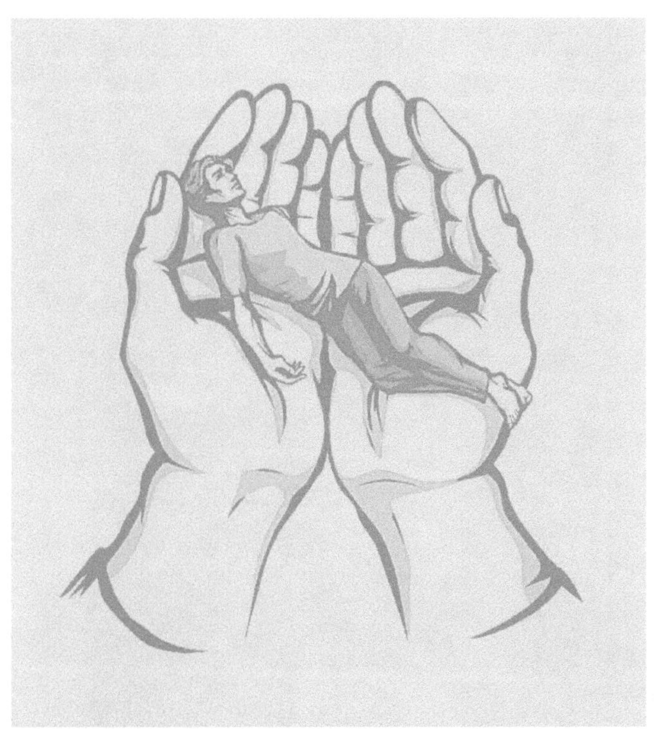

பெண்ணை அடையாத
ஆணுக்கு ஆயுள்
குறைவுதான்..

கோபம்
மனிதனை
மனிதனாகவே
இருக்க விடுவதில்லை ..

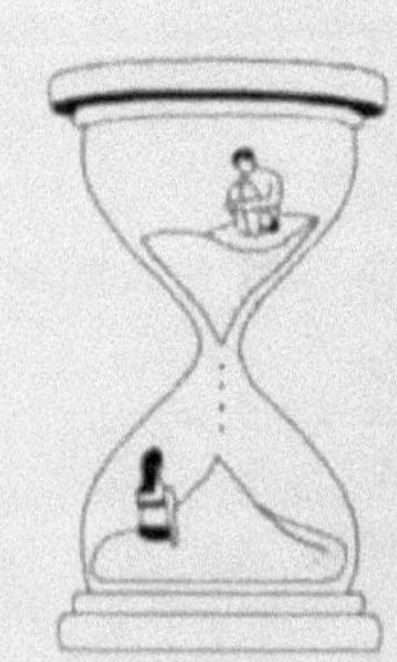

பிரம்மனால் ஏற்பட்ட
எழுத்துப்பிழை !
ஊனமாய் சில உயிர்கள்...

புகைப்படங்கள்
கடந்த காலத்தை
காட்டும் கண்ணாடிகள்..

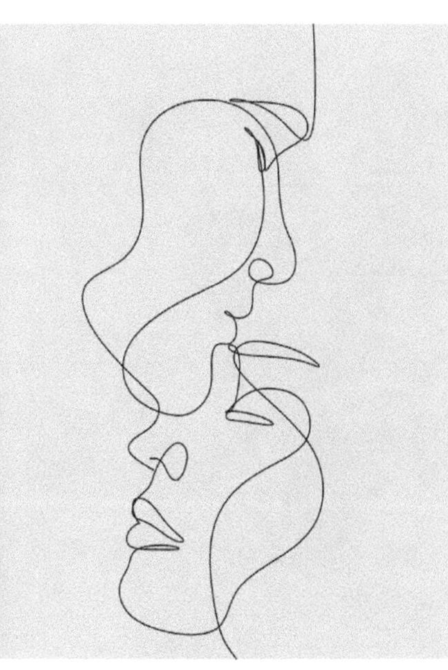

இருளிலே
இரகசியமாய்
இருவரின்
அரங்கேற்றம்

மேலே
நிலவுக்கும் சென்றுவிட்டோம்
ஆனால்
பூமிக்கு கீழ்தான்
செல்ல முடியவில்லை
ஒற்றை உயிரை காப்பாற்ற

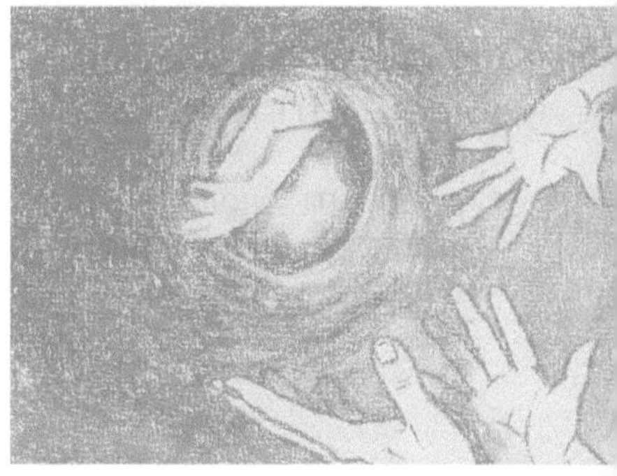

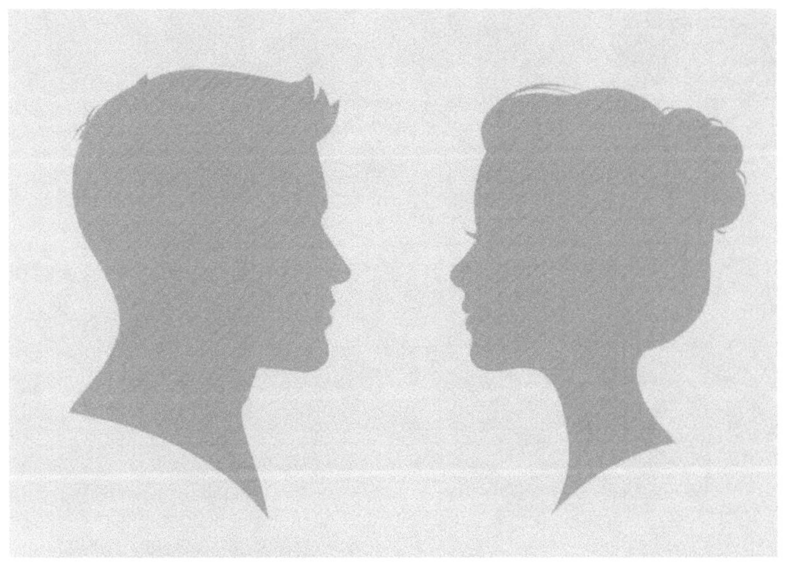

காதலில் விழுந்ததால்
உடைந்து போனேன்

உன் பின் அழகு
என்னை முன் செல்ல
விடுவதே இல்லை

நரை !
வயதை
அதிகப்படுத்திக்காட்டும்
திரை

இரவு !
உடைகள்
உதிரட்டும்

சொல்
உனக்கு யார் மீது
கோபம்
இப்படி நெருப்பாய்
சுடுகிறது
உன் தேகம்...
'சூரியன்'

தவமாய் தவமிருந்து
பெற்றெடுத்தான்
இன்னொரு தாயை..
'மகள்'

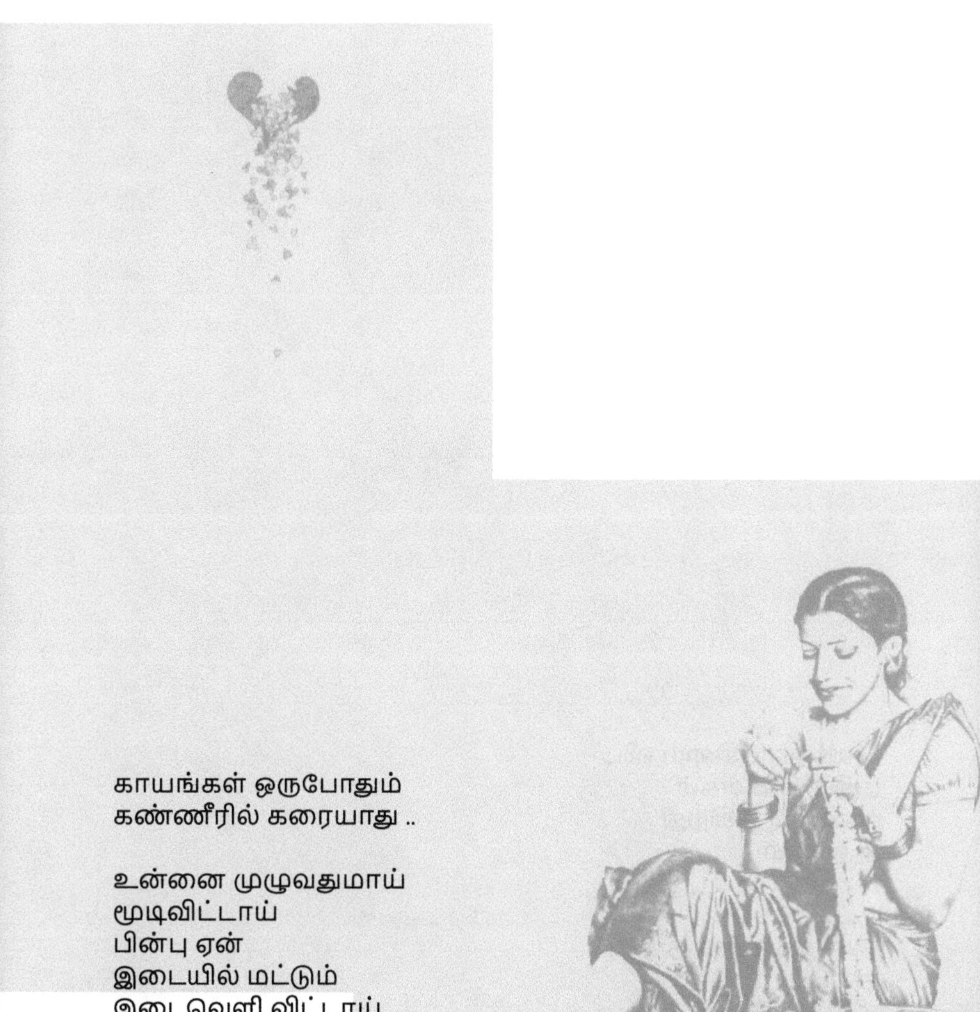

காயங்கள் ஒருபோதும்
கண்ணீரில் கரையாது ..

உன்னை முழுவதுமாய்
மூடிவிட்டாய்
பின்பு ஏன்
இடையில் மட்டும்
இடைவெளி விட்டாய்..

அண்ணாச்சியை விட
அதிக கிளைகள்
வைத்திருக்கிறது
ஆலமரம்

தயக்கங்களுக்கு
தடை
விதித்திடு

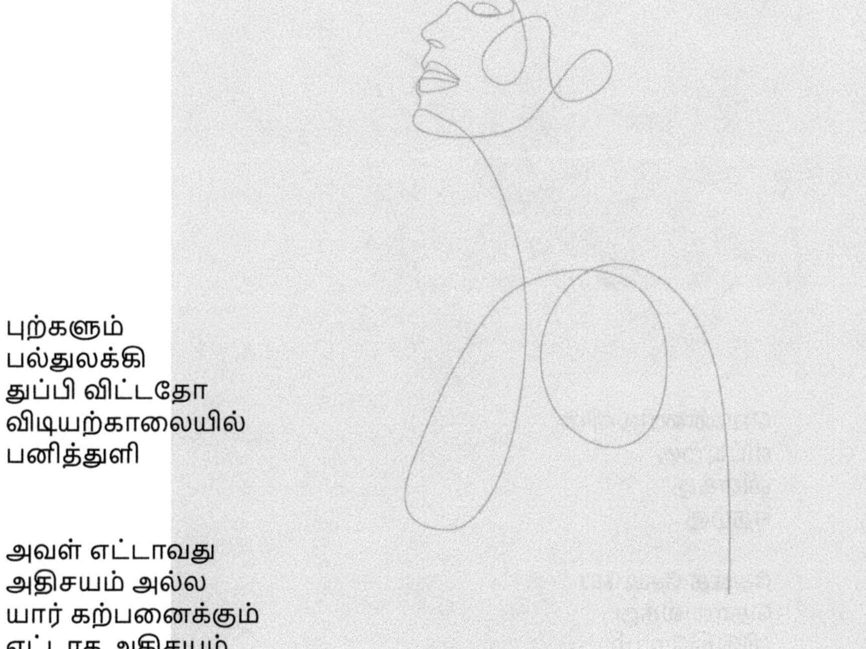

புற்களும்
பல்துலக்கி
துப்பி விட்டதோ
விடியற்காலையில்
பனித்துளி

அவள் எட்டாவது
அதிசயம் அல்ல
யார் கற்பனைக்கும்
எட்டாத அதிசயம்

வெண்ணிலவின்
வீட்டிற்கு
விளக்கு
எதற்கு ..

தேடித் தேடியே
தொலைத்து
விடுகிறோம்
வாழ்க்கையை ..

சிலரிடம்
தேனாகவும் இரு
தேனீயாகவும் இரு..

காமம்
அள்ளி அள்ளிப்
பருகினாலும்
குறைவதில்லை
தாகம்..

'நீங்க என்ன ஆளுங்க?'
என்று கேட்பதிலேயே
மறந்து விடுகிறோம்
நாம் மனிதர் என்பதை ..

அவளிடம் தோற்பதுதான்
இவனின் வெற்றி ..

தடைகளெல்லாம்
சிலந்தி வலைதான்
உதறி எழு ..

கன்னியைபோல்
கண்சிமிட்டாதே
என்னிடம்
இழப்பதற்கு இல்லை
இன்னொரு இதயம்..
கடல் அலைகள்

விளக்கு நீ
வீட்டில் நான்
நீயின்றி
நான் எங்கே ?

தினம் தினம்
காண்கிறேன்
இறைவனை..

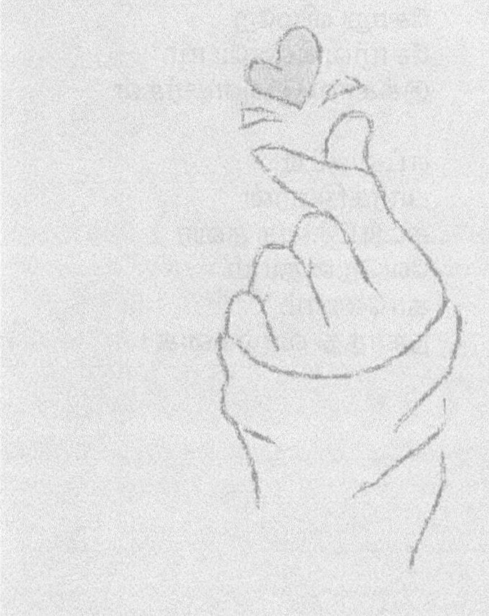

முகமூடியாய்
மாறுவேன்
உன் முத்தங்களுக்காக !

பூக்களை கிள்ளினேன்
இரத்தம் கசிந்தது ..

சோறு விற்றே
சோர்வு கண்டோம்
இக்கால இளைஞர்கள்

எட்டி எட்டி
பார்க்கிறேன்
கட்டிடத்தை தவிர
வேறெதையும்
காணோம்...
நகரத்து வாழ்க்கை !

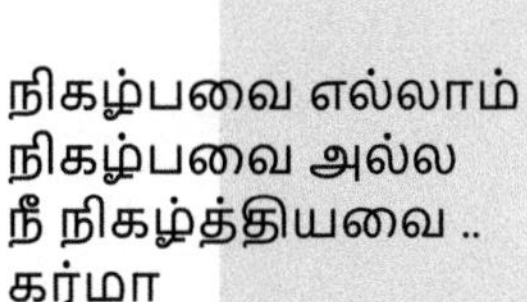

நிகழ்பவை எல்லாம்
நிகழ்பவை அல்ல
நீ நிகழ்த்தியவை ..
கர்மா

அறிவிழந்து போனேன்
அரிவையால் ..

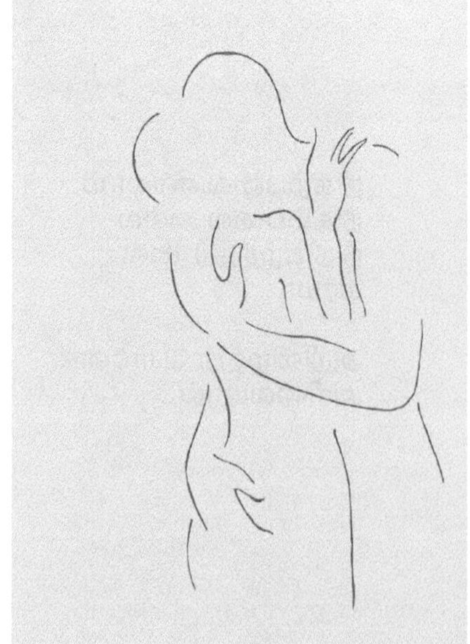

விதைகள்
ஒளிந்து கிடப்பது
முளைக்கத்தான் ..

உடை களைந்து
என் உடலணிந்து கொள் !

தேனை
சேகரித்தவன் நீ
தேனை குடிப்பவன்
உன் முதலாளி ..

புவியியல்
அறிவியல்
போன்றதே அரசியல்
பயின்றிடு !

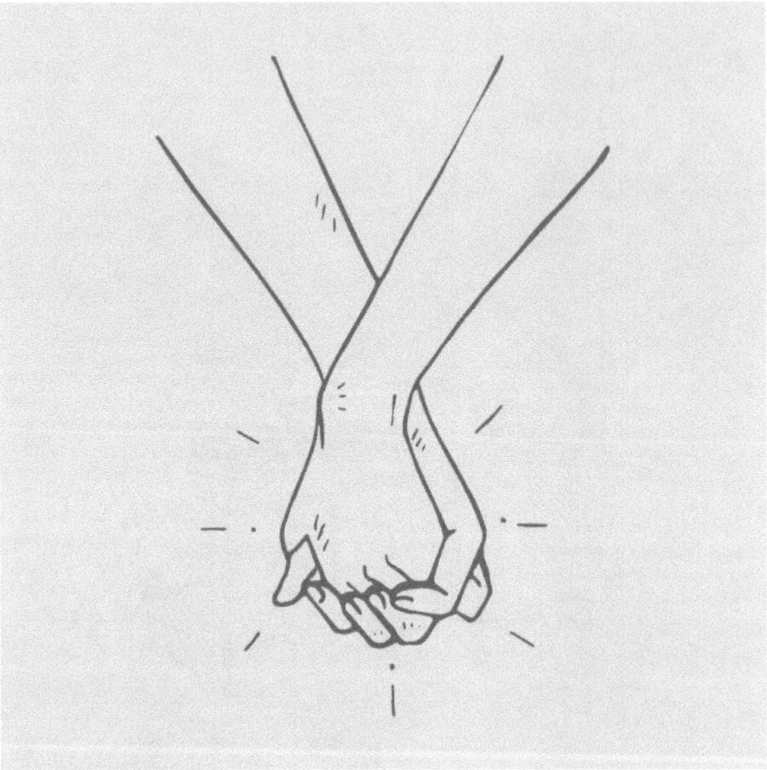

காதலுக்குள் மோதல்
வேண்டாமென்று நினைத்தேன்
இப்போதெல்லாம்
மோதலுக்காக காத்திருக்கிறேன்
வேகத்தடையே ..

உன்னை நீயே
எரிப்பதற்காக
வைத்த கொள்ளித்தீ
சிகரெட்

மரங்கள்
மரணித்து
மாளிகையாயின ..

பெயரின் பின்
சாதி நீக்கி
பட்டம் பொறிக்கத்தான்
கல்வி படைத்தான்
நம்மில் சிலரோ
இன்னும் அப்படியே ..

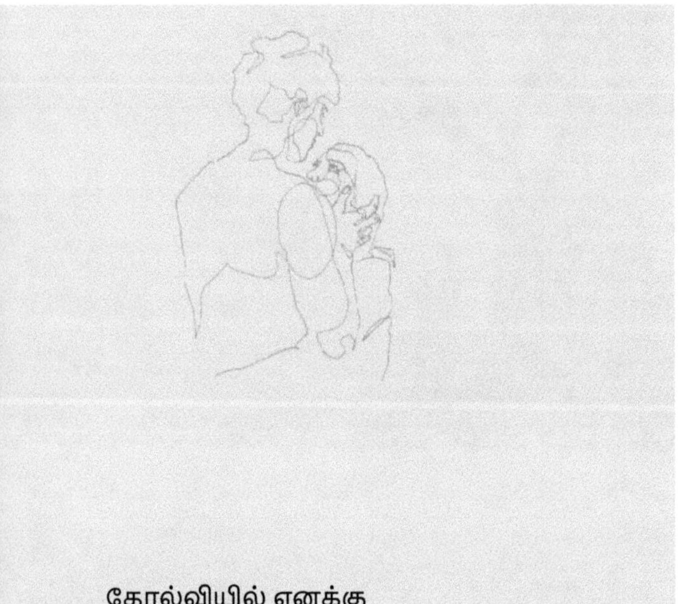

தோல்வியில் எனக்கு
எப்போதும்
வெற்றிதான் ..

விழி என்னும்
உளி கொண்டு
என்னை
உடைத்தவள் நீ ..

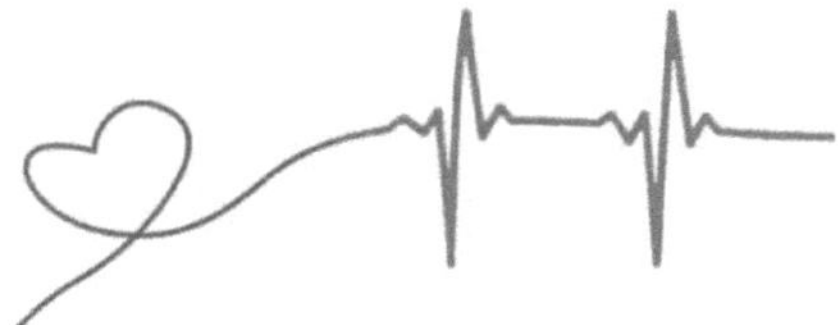

உடைவதும் உண்டாம்
அடைவதும் உண்டாம்
அழிவது மட்டும்
இல்லையாம்
காதலில் ..

சிலருக்கு நீ
கோமாளியாகவே
இருந்து விடு ....

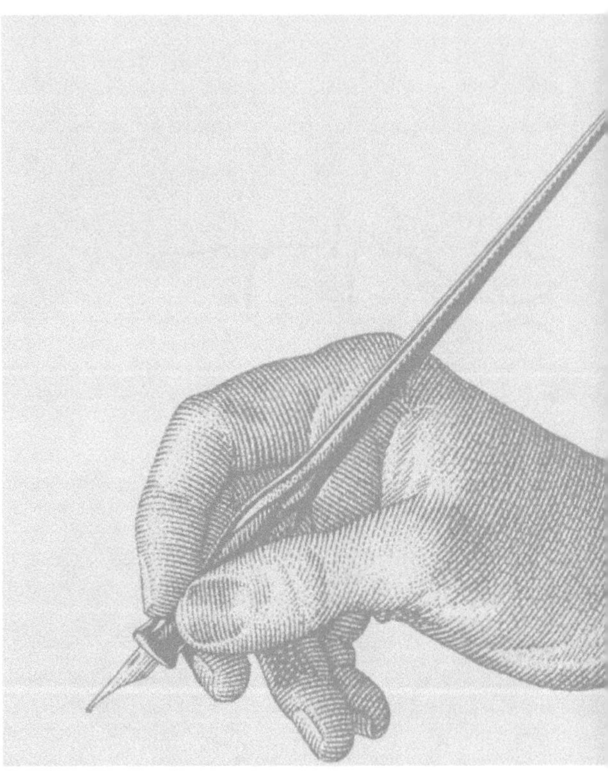

கவிஞன்
சோகத்தை புதைக்கிறான்
முளைக்கிறது கவிதை ..

நீ
உடை களையும்
பொழுதெல்லாம்
நான்
உடல் களைத்து
போகிறேன் ..

காதல்
சிலருக்கு
மரணம் நோக்கி
ஓர் பயணம் ..

நிழலையும் நம்பாதே
அதுவும் கூட
இருளுக்கு
இரையாகிவிடும்..

காதல் மிகவும்
ஆழமானதாம்
அதனால்தான்
சிலர் மூழ்கி
மூச்சிழக்கின்றனர் ..

நீ அடிக்கிறாய்
இருந்தும் நான்
அணைக்கிறேன்
அலாரமே ..

புரிதல் இல்லையேல்
பிரிதலே மிஞ்சும் ..

நிழலை துரத்தும்
மழலைப்போல்
உன்னை
நெருங்கத்தவிக்கிறேன்
நானடி
நீயோ..
விலகிச்செல்கிறாய்
ஏனடி?

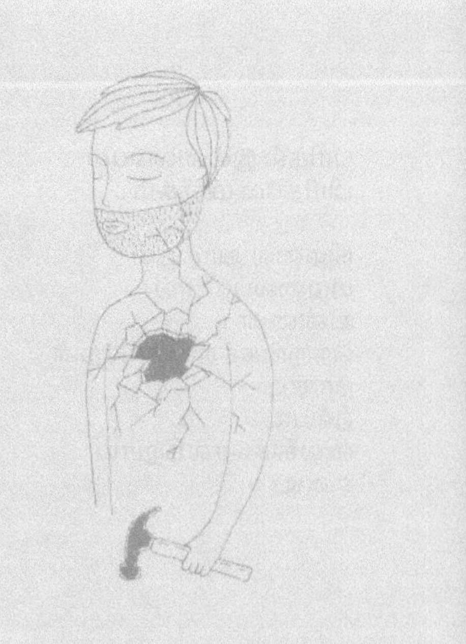

வானில் இறைவனும்
அகப்படவில்லை
பூமியில் மனிதனும்
அகப்படவில்லை ..

உயிராய் சில நேரம்
உயிரை வாங்குபவர்களாய்
சில நேரம்
நம் உறவுகள் ..

இதயத்தின்
தாழ் திறக்கும்
சொல் தங்கையின்
அழைப்பு
'டேய் அண்ணா'

சில காதல்
இடைவெளிகளிலும்
வாழ்ந்து விடும்
இராவணனின்
காதலைப்போல் ..

இரகசியத்தை
தெரிந்து கொள்வதில்தான்
இங்கே எத்தனை ஆர்வம்
பெண்ணே நீயும்
இனி முகத்தை
மூடாதே..

மிருகங்களே
மனிதர்களிடமிருந்து
எதையும்
கற்றுக்கொள்ளாதே ..

கட்டிலின்
காயங்கள்
எல்லாம்
காயங்கள்
ஆகாது..

நீயும் என்னைப்போலவே
காதல் வசப்பட்டாயோ
உன்னில் பாதியையும்
காணவில்லையே
பிறையே ..

வலிகள்
வாழ்வின்
வழிகள் ..

என் இதயத்தின்
கடவுச்சொல்
அவள் பெயர் ..

ஆணுக்கு பெண்
எதிர் பாலினம்
என்பதால்தானோ
என்னவோ
பெண்மை தீண்டியதும்
கோழையும் முரடன்
ஆகிறான்
முரடனும் ஏனோ
கொஞ்சம்  கோழை ஆகிறான் ..

உடலை உலையில்
ஏற்றுகிறது
முதல் முத்தம் ..

மனிதன் போல்
பலர்
மனிதனாய் சிலர்..

வேகத்தடை இருந்தும்
வேகம் குறைவதில்லை
இரவு வேளையில் !

ஆலயம்..
தேவைகள் நாடி
வந்தவர் கோடி

இறுக்கமாய்
சில
இடைவெளிகள் ..

என் கவிதைகள்
நீ நுழையும்
நுழைவாயில்..

புதையலை விட
விதைகளுக்கே
வலிமை அதிகம் ..

இங்கு
அழகிப்போட்டியை விட
அழகிகளுக்காக போட்டி
என்பதே அதிகம் ..

சிந்திக்க
செலவழி
நேரத்தை ..

கடல் அலைகளும்
காமம் புகட்டுது
போர்வையை இழுத்து
போர்த்துவது போல்
கடல் அலைகள் ..

இந்த
அற்ப மனிதனுக்குள்தான்
எத்தனை பிரிவினைகள் ..

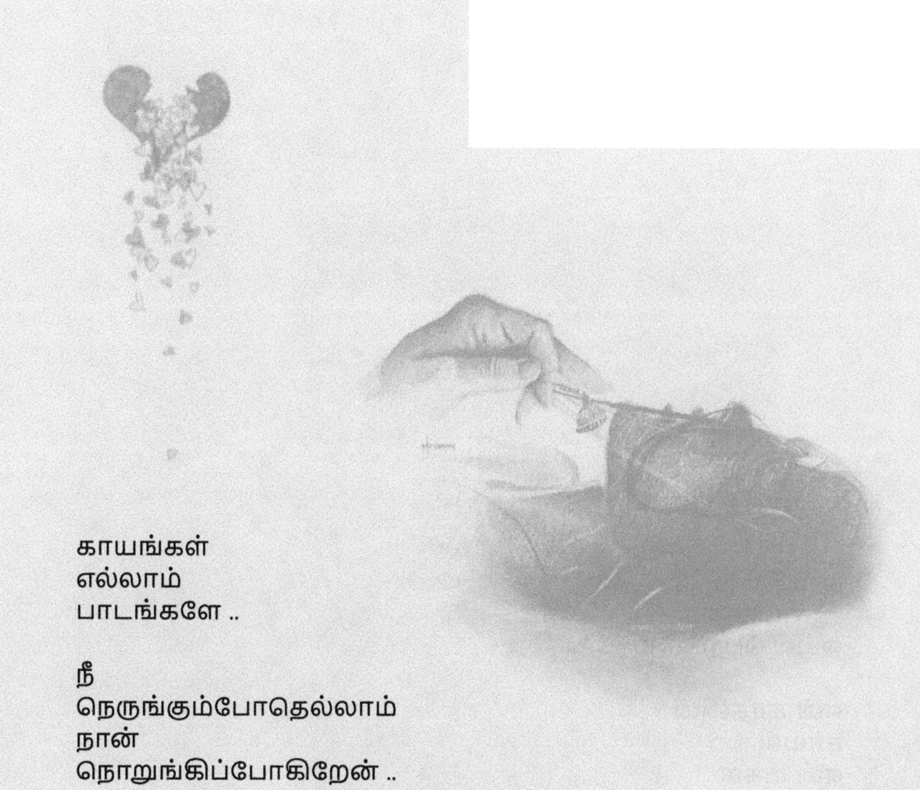

காயங்கள்
எல்லாம்
பாடங்களே ..

நீ
நெருங்கும்போதெல்லாம்
நான்
நொறுங்கிப்போகிறேன் ..

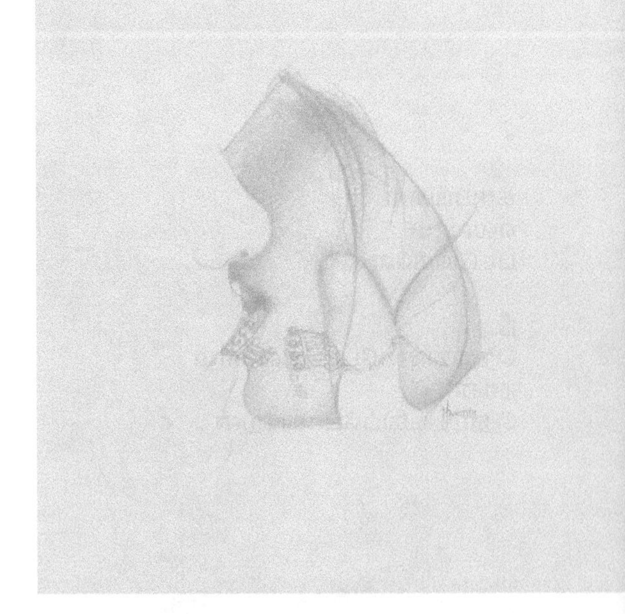

ஞாயிறு !
ஆடைகளும்
ஓய்வு பெறட்டும்..

என் காதலின்
சாயல்
என் மகள் ..

இடைவெளிகள்
இடைவேளை
பெறட்டும்..

என் பிரிய எதிரிகளே
உங்கள் விமர்சனங்களை
வாசித்தே
சோர்வடைந்து
போனேன்..

நிலவை எப்படி
கருவில் சுமந்தாள்
உன் தாய் ..

அடைந்துதான்
கிடக்கிறோம்
அலைபேசிக்குள் ..

மின்னல்
ஒளி ஏற்றியதால்
மெழுகாய்
கரைந்தாயோ
மழையே ..

ஏனோ?
புதையல்கள்
எப்போதும்
மறைத்தே
வைக்கப்பட்டிருக்கின்றன ..

பெற்றோர்கள்
காதலிக்க
விடுவதில்லை
காதலர்கள்
காதலை
விடுவதாய் இல்லை..

வியர்வை
துளிகளின்
ஈரச்சகதிகள்
பணம் ..

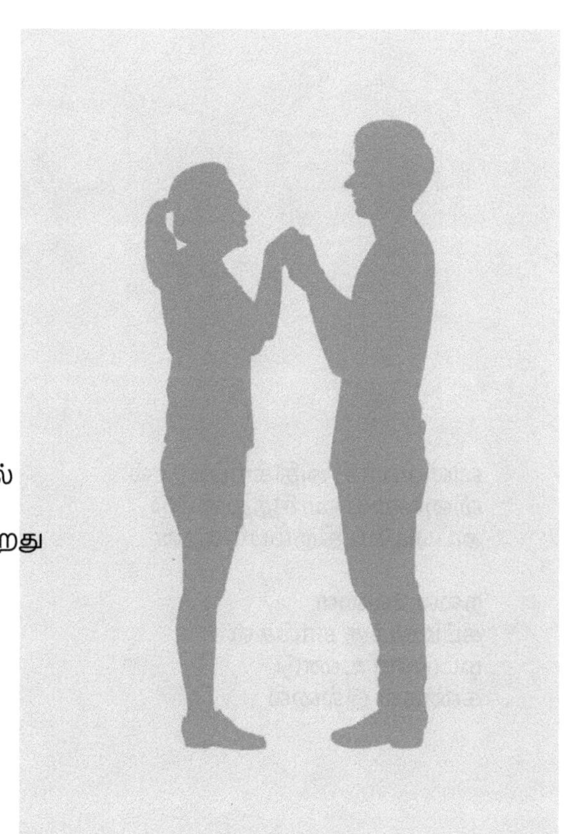

அணைக்க முற்பட்டால்
நம்மையும் சேர்த்து
அணைத்துக் கொள்கிறது
காதல் தீ ..

மலர்களின் அழகு
நீ சூடிய பின்னே
கூடியது ..

விலைவாசி அதிகரிப்பதால்
விலையை வாசித்துவிட்டு
அப்படியே திரும்புகிறேன் ..

நல்ல வேளை
கட்டிலுக்கு கால்கள்
மட்டுமே உண்டு
கண்கள் இல்லை ..

மனிதன் தன்
முயற்சிகளின் முடிவில்
இறைவனையே
தேடுகிறான் ..

உன்னை
காணும்போதெல்லாம்
நிறைகிறேன்
அதனால்தான்
கொஞ்சம்
வழிகிறேன் ..

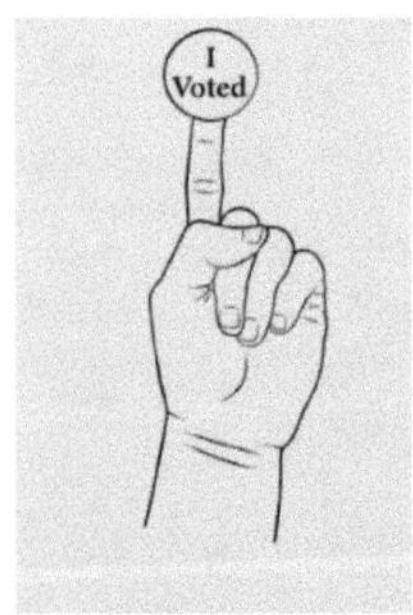


'மை' இட
மறவாதே ..

காதல் எப்போது
வேண்டுமானாலும்
வரலாம்
யார் மீது
வேண்டுமானாலும்
வரலாம்
காதல் வரைமுறையற்றது ..

சோகங்களே எனது
சொந்தங்கள் ..

உன் பாதச்சுவடுகள்
பதிந்த
மண் எடுத்து
சிற்பிக்குள் பூட்டினேன்
மறுநாள் முத்தானது..

சவமாகும் வரை
அனைவரும்
சமமே ..

தலைவி தலைவனை
நினைத்து உன்னை
அணைத்ததால்தான்
நீ தலையணை
என்று பெயர்
பெற்றாயோ?
தலையணையே..

குடை பிடிக்காதே
மழைதுளிக்கு
மோட்சம் கிடைக்கட்டும் ..

சாயம் பூசிய
உதட்டால்
என்னை காயம்
கொள்ளச் செய்தவளே ..

தேயிலையே
என் கவலைகளின்
தேய்மானமே ..

கேள்வி: பெண்கள் இல்லாத உலகம் எப்படி இருக்கும்?
பதில்: பெண்கள் இல்லாத உலகம் எப்படி இருக்கும் .

கண்ணும் கண்ணும்
கொள்ளையடித்தால்
காதலாம்
வண்டி வண்டியாய்
கொள்ளையடித்தால்
திருமணமாம்..
வரதட்சணை !

என்னை
உடைக்கும்
உறவுகளே ..

சுகத்திற்கும்
சோகத்திற்கும்
இடைப்பட்டவள்
விலைமாது ..

நீ முறைத்தாள்
நான் முறிந்து
போவேன்

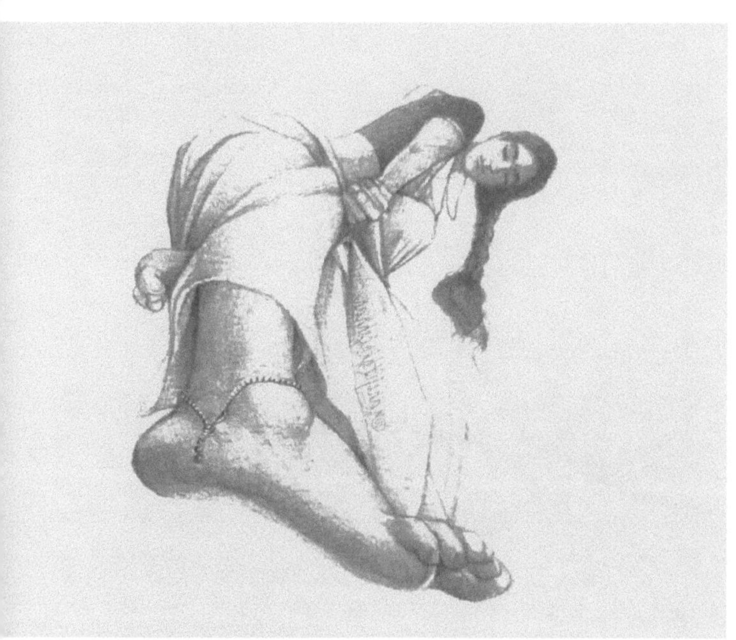

கீழிருந்து
மேல் செல்கையில்
கிறங்கிப்போகிறேன்
நானடி ..

எந்த கல்லுக்குள்
எந்த கடவுள்
ஒளிந்திருக்கிறதோ..

ஒரு துளியில்
முளைத்தவன்
மனிதன் ..

வருமானம்
இல்லாதவனிடம்
வரி கேட்கிறது ..
மழலைக்காதல் !

பெண்(மை)யின்
நிறம்
சிவப்பு !

உனது நெருக்கமே
எனது விருப்பம் ..

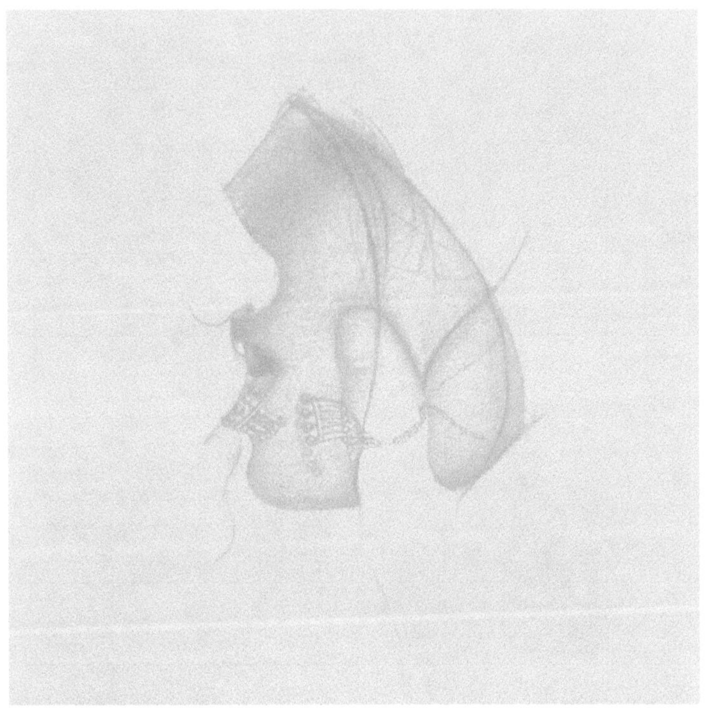

பிழை இருந்தாலும்
நான் படிக்க
விரும்புவது
அவள் இதழ் ..

நீ
வலி கண்டவன்
நான்
வலி உணர்ந்தவன் ..

விரும்புகிறேன்
அகராதியிலும்
அர்த்தமில்லா
உன் மௌன
மொழியை..

பயிரை வைத்தவன்
பணயம் வைக்கிறான்
உயிரை ..

கருமுகில்

முன்னாள் காதலுக்கு
முற்றுப்புள்ளி..
திருமணம் !

வெண்ணிலவின்
நெற்றியில்
வானவில்லின்
ஓர் நிறச்சாயல்
குங்குமம் !

இந்த காதலில்
மட்டும்தான்
வரங்களும் கலவரங்களும்
சேர்ந்தே நடக்கின்றது ..

நிறை குடமும்
கூத்தாடும்
அவள் இடையில் ..

அடங்காத காமம்
அவிழ்க்கப்படுகிறது
அவளால் ..

காதலை சொல்ல
வந்தேன்
வார்த்தைகள் எல்லாம்
வன்முறை செய்கின்றன ..

உன் மேல்நெற்றி
குங்குமத்திற்கு
கீழ்படிபவன்
அவனே..
கணவன் !

பெண்மையை
பிடுங்காதே..

மனிதன் இடத்திற்கு
ஏற்றாற்போல்
மாற்றிக்கொள்கிறான்
முகமூடியை !

தேவை வரும்பொழுது
நீயும் தேடப்படுவாய்
அதுவரை பொறுத்திரு..

சண்டை எல்லாம்
சாயங்காலம்
வரைதான்..

மறுநாள் விடியலே
புதையலாய் போனது
கோவிட் 19..

என் கவிதைகள்
கற்சிலைகள் வடித்த
கண்ணீர் துளிகள் ..

புடவைக்குள்
பூ பூத்தது
எப்படி !

போர் நின்றது
அனைவரின்
மூச்சி நின்றதால்..

சாதியும் நெகிழியும்
அழிக்க முடியாது
உபயோகிக்காமல்
தடுக்கலாம் ..

நிர்வாணமாய்
நிற்குது
இலையுதிர் காலத்து
மரங்கள் ..

கோவிட் பயம்
கோவிலுக்கு
யாரும்
செல்வதில்லையாம்..

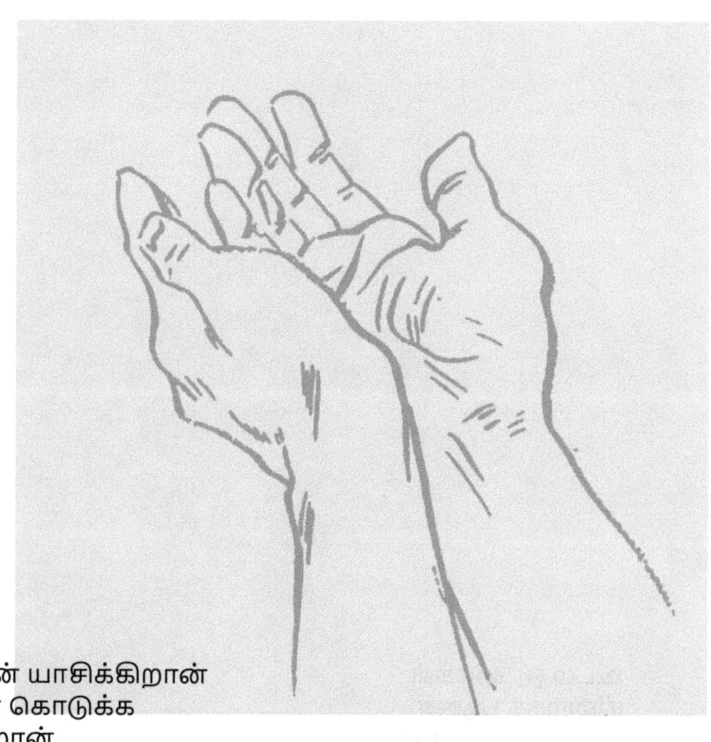

இல்லாதவன் யாசிக்கிறான்
இருப்பவன் கொடுக்க
யோசிக்கிறான் ..

அவளோடும்
இருக்க முடிவதில்லை
அவள் இல்லாமலும்
இருக்க முடியவில்லை.

உடல் ஓட்டைகள்
நிறைந்த பலூன்
காற்றிறங்கத்தான்
கொஞ்சம் காலமாகிறது ..

பூவாய் பூத்து
புயலாய் மாறுது
காதல்..

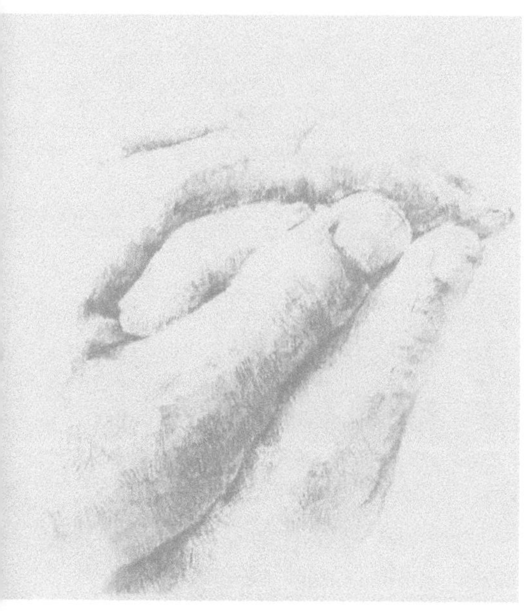

உலகின் மொத்த
மகிழ்ச்சியும்
உனக்கானதுதான்
எடுத்துக்கொள் ...

கருமுகில் அழகென்றால்
கருவாச்சியும் அழகுதான்
அழகை ஒருபோதும்
நிறம் கொண்டு நிரப்பாதே..

ஒரு கை இழந்தால்
மறு கை இழப்பாய்
ஆம்
நம்பிக்கை இழந்தால்
வாழ்க்கை இழப்பாய் ..

கவிதையை ரசிக்க
தொடங்கிவிட்டாயா ?
கவிதை எழுதும்
தகுதி உனக்கும்
வந்துவிட்டது ..

9 789391 423407

Printed by Libri Plureos GmbH in Hamburg,
Germany